Chói Mắt

Translated to Vietnamese from the English version of Dazzlers

Elanaaga

Ukiyoto Publishing

Tất cả các quyền xuất bản toàn cầu được nắm giữ bởi

Ukiyoto Publishing

Xuất bản năm 2024

Nội dung Bản quyền © Elanaaga

ISBN 9789362694560

Đã đăng ký Bản quyền.
Không phần nào của ấn phẩm này được phép sao chép, truyền tải hoặc lưu trữ trong hệ thống truy xuất dưới mọi hình thức bằng bất kỳ phương tiện nào, điện tử, cơ khí, sao chụp, ghi âm hoặc cách khác mà không có sự cho phép trước của nhà xuất bản.

Quyền nhân thân của các tác giả đã được khẳng định.

Đây là một công việc viễn tưởng. Tên, nhân vật, doanh nghiệp, địa điểm, sự kiện, địa điểm và sự việc đều là sản phẩm của trí tưởng tượng của tác giả hoặc được sử dụng theo cách hư cấu. Bất kỳ sự giống nhau nào với người thật, dù còn sống hay đã chết, hoặc các sự kiện có thật đều hoàn toàn là ngẫu nhiên.

Cuốn sách này được bán với điều kiện là nó sẽ không được cho mượn, bán lại, cho thuê hoặc lưu hành mà không có sự đồng ý trước của nhà xuất bản, dưới bất kỳ hình thức ràng buộc hoặc bìa nào khác ngoài hình thức có trong đó. được phát hành.

www.ukiyoto.com

Gửi người bạn thân của tôi, Tiến sĩ D. Narayana (Dubai).

Nội dung

Xác sống	1
Hiện thực hóa	2
Sự thay đổi	3
Niềm vui thoáng qua	4
Sự lấn chiếm	5
vẻ mặt nhạy cảm	6
Số lượng - Chất lượng	7
Vỡ mộng	8
Hiệu ứng	9
biểu hiện	10
Bỏ lỡ vận may	11
sự vô lý	12
Lập trường – Thành công	13
Thử nghiệm lớn hơn	14
Hội chứng 'Thích - Tất cả'	15
Thời gian dạy	16
Nỗi đau – Niềm vui	17
Lời khen ngợi đáng mừng	18

Nội tại	19
Không thể đoán được	20
Cách khắc phục đúng	21
Không tương thích	22
Sự lựa chọn	23
Sai lầm	24
Những tiếng nức nở thiêng liêng	25
Nỗ lực – Hiệu quả	26
Sự êm dịu	27
Hàng hóa cốt lõi	28
Bất mãn	29
Cố gắng – Kết quả	30
Lớp phủ bảo vệ	31
Sự nhận thức	32
Khác biệt	33
Che giấu	34
Bane – Boon	35
Phương sai	36
Nhà ở - Vai trò của chúng	37
Sự khác biệt	38

Vận may của bốn mươi cái nháy mắt	39
Kẻ hủy diệt vĩ đại	40
Sự phân biệt khác nhau	41
Vận may hòa hợp	42
Sức mạnh của địa điểm	43
Kinh nghiệm – Hậu quả	44
Lợi ích của việc già đi	45
Sự chói sáng - Sự khinh thường	46
Tỏa sáng bề ngoài	47
sự nổi tiếng	48
Thắc mắc	49
Facebook – Một cái móc thực sự	50
Bắn súng thẳng	51
Điểm	52
Sự cường điệu – Fallout	53
Từ ngữ – Giá trị	54
Thơ – Nhà thơ	55
Bài thơ sớm	56
Người keo kiệt	57
Vòng tròn	58

xâm lấn	59
Nỗi đau nặng nề	60
đống cỏ khô	61
Thời đại xiềng xích	62
Mệt mỏi	63
Sự quyến rũ bên ngoài	64
Sự khác biệt	65
Sự thật mới	66
Khuyết điểm	67
Rắc rối	68
Sự thờ ơ – After Effect	69
Nguồn gốc của sự quyến rũ	70
Sự tỏa sáng bên ngoài	71
Giới thiệu về tác giả	**72**

Xác sống

Dù có mắt

Tôi không thể nhìn thấy những điều đẹp đẽ

Dù tôi có đôi tai

Tôi không thể nghe những nốt nhạc ngọt ngào

tôi có một trái tim

Nhưng không có cảm xúc nào được sinh ra trong đó

Xác chết không phải tốt hơn tôi sao?

Hiện thực hóa

Đã trở nên giàu có

Tôi đã nếm trải mọi xa hoa

Nhưng dành một ngày với một người nghèo khổ

ai là mẫu mực của đức hạnh

Tôi nhận ra mình là người nghèo nhất

Sự thay đổi

Tôi chạy với thanh kiếm trên tay

chặt đầu một kẻ kiêu ngạo

Nhưng cảm động trước nụ cười trìu mến của anh

tặng hoa cho anh,

quỳ lạy dưới chân anh

và đã trở lại.

Niềm vui thoáng qua

Tôi sung sướng đến tột độ
khi tôi chạm tới bề mặt đất liền
từ một hẻm núi sâu,
nhưng sớm buồn bã nhận ra
Tôi phải leo lên một ngọn núi.

Sự lấn chiếm

Đẩy mục đích sang một bên
một số từ vội vã một cách khó chịu
đi đầu trong thơ;
Luôn luôn, kiến thức như vậy
phải hiện diện trong tâm trí nhà thơ.

chói mắt

vẻ mặt nhạy cảm

Anh ấy vui mừng vì mình có

nước da đẹp nhất

trong cả lớp.

Nhưng khi một cậu bé công bằng hơn tham gia,

mặt anh ấy "tối sầm lại."

Số lượng - Chất lượng

Một nhà thơ đã thổi kèn như thế này:

"Tôi đã viết rất nhiều sách."

Chất lượng chứ không phải số lượng mới quan trọng

anh ấy nên nhận ra.

Vỡ mộng

Mong muốn thịnh vượng là một viên sỏi,
thiếu sự thỏa mãn là một ngọn núi lớn.
Vận may của sự sáng tạo là mặt trời;
nội dung của vật liệu tiện nghi,
chỉ là một ngọn nến.

Hiệu ứng

Khi còn là người làm vườn,
 hoa nhài nở trong hơi thở của anh.
 Nhưng khi anh ấy trở thành nhân viên trong một câu lạc bộ
 chỉ có mùi hôi thối của tiền tệ ngự trị!

biểu hiện

Ngồi trong phòng kín,
Tôi mở một tờ báo.
Thế giới bên ngoài
Nằm trải rộng trước mặt tôi.

Bỏ lỡ vận may

Anh ấy đã đau buồn,

vì anh ấy không có thang

Khi thời điểm tốt đã đến, bây giờ anh ấy đã có được một chiếc.

Nhưng không thể sử dụng nó

vì anh ấy nằm liệt giường

chói mắt

sự vô lý

Khi một cái đầu ngu ngốc di chuyển
trong một chiếc xe Benz hoàn toàn mới
mọi cái đầu đều hướng về nó
Nhưng chẳng có cái đầu nào thèm liếc nhìn
một núi uyên bác
đi trên một chiếc xe tay ga ọp ẹp
Đây chỉ là một sự cố phổ biến

Lập trường – Thành công

Kẻ thù của tôi gầm lên như hổ,
bật dậy như một con sư tử.
Thật là dũng cảm.
Nhưng sau này khi anh
Duy trì sự bình tĩnh nghiêm túc
Tôi run lên vì sợ hãi

Thử nghiệm lớn hơn

Tôi đã làm xong bài kiểm tra của mình

Bây giờ đang chuẩn bị cho một thử nghiệm lớn hơn nữa

Cái gì vậy?

Đang chờ kết quả

Của kỳ thi!

Hội chứng 'Thích - Tất cả'

Tôi bối rối

khi tôi nhìn thấy hàng loạt lượt 'thích' trên Facebook

Không có gì là không thích!

Đây chẳng phải là một bí ẩn không thể giải mã được sao?

Thời gian dạy

Cho đến khi trách nhiệm khiến tôi sợ hãi
Tôi đã không nhận ra giá trị của tuổi thơ
Cho đến khi tôi lạc đường trong rừng sâu
Tôi đã không nhận ra niềm vui ở sân sau

Chỉ khi ngọn lửa ca hát
giá trị của tuyết có lẽ đã được biết đến

Nỗi đau – Niềm vui

Tôi thật ghê tởm;
Chiến thắng sau một chiến thắng đến với tôi.
Tôi đang đau khổ
Vì thất bại đã lẩng tránh tôi

Có lẽ là sự khốn khổ
tốt hơn những thú vui đau đớn

Lời khen ngợi đáng mừng

Sa mạc đó
táo bạo mơ những đám mây dày đặc
xứng đáng được khen ngợi với
vòng hoa của hạt mưa

Nội tại

Tính cách quyết định con người

Một người yêu thích dao găm
không thích lòng trắc ẩn
Người kia nuôi thỏ
ghét sự tàn ác

Không thể đoán được

Khi mặt trăng ẩn sau đám mây
chúng ta có thể biết nó
Nhưng đôi khi không thể đoán được
điều gì đằng sau lời nói của ai đó

Cách khắc phục đúng

Gần đây, cả thế giới đều
đối với tôi có vẻ đen tối
Con người, môi trường - mọi thứ
xung quanh tôi tối tăm

Tôi đã suy nghĩ rất nhiều
và đã chọn phương pháp chữa trị phù hợp:
Rửa sạch bóng tối
tích lũy trong tôi

Không tương thích

Trái tim anh mềm như bơ

nhưng sắc như dao

Con dao không thể làm mềm

Nó cũng không thể tái sinh thành bơ

Than ôi, kết quả là -

Anh ấy đang chiến đấu chống lại chính mình hàng ngày

Sự lựa chọn

Bài hát là sông Hằng
Raga là một chiếc bè
Ghi chú là lợi ích
Và cuộc hành trình thật vui vẻ

Sai lầm

Khi tôi sống cuộc đời của một người nghèo khổ

Tôi chỉ muốn đồ ăn, không có gì hơn.

Bây giờ tôi có đủ thức ăn

và kìa, trái tim tôi đang khao khát một chiếc xe đạp!

Những tiếng nức nở thiêng liêng

Mỗi lần đọc bài thơ hay, tôi đều khóc
 Bất cứ khi nào tôi nghe nhạc hay, tôi đều khóc
 Bất cứ khi nào tôi gặp nhân loại được nhân cách hóa,
  tôi thút thít

Sau bao nhiêu lời than khóc
 trái tim tôi đã trở nên thánh thiện biết bao!

Nỗ lực – Hiệu quả

Nơi chôn súng
ở đó mọc lên một cây đạn.
Gieo hạt yêu thương
trong lĩnh vực trái tim của bạn, bạn của tôi.
Tình cảm lớn dần

Sự êm dịu

Anh ta gầm gừ như một con bò giận dữ
trên các đường phố của thị trấn.
Khi về tới nhà
trẻ em chào đón nồng nhiệt
Ngay lập tức, trái tim sắt đá của anh
tan chảy như băng!

Hàng hóa cốt lõi

Lời nói chỉ là vỏ bọc bên ngoài
 trong thơ
Đúng vậy, chúng ta nên đấu tranh vì họ.
Nhưng không có gì quan trọng hơn
thành phần cốt lõi

Không có bài thơ nào có thể nảy mầm
trong trái tim khô héo

Bất mãn

Biến ngôn ngữ thành một chủ đề
Tôi xâu chuỗi lời nói, làm vòng hoa bằng thơ

Chúng trở thành những dòng thơm
Nhưng lời nói chưa phù hợp
trở thành những câu rít lên
và lao tới cắn tôi

Cố gắng – Kết quả

Những nốt hương ngọt ngào được tiết ra
chỉ khi tre bị thương
Hạt mang dầu ra
chỉ khi bị đánh

Công việc vất vả
cần thiết để có kết quả tốt

Lớp phủ bảo vệ

Nếu bạn khen anh ấy

anh ấy chỉ cười

Nếu bạn chỉ trích anh ấy

anh ấy chỉ cười

Nếu bạn mắng mỏ anh ấy

anh ấy chỉ cười

Nếu bạn đánh anh ta

anh ấy chỉ cười

Nụ cười từng là chiếc áo nịt ngực chắc chắn

điều đó đã bảo vệ nội tâm của anh ấy

từ những bó hoa và những viên gạch

Sự nhận thức

Ragas ngọt ngào không thể phát ra từ
sáo làm bằng vàng
Cánh hoa hồng không thể có ích
để nấu bất kỳ món cà ri nào

Giá trị tiền tệ
nhận thức của con người

Khác biệt

Đây là thế giới của sự khác biệt

Đây, con cá lớn nuốt chửng con nhỏ

bản thân nó bị nuốt chửng bởi một cái còn lớn hơn nữa

Tương tự như vậy, một người cao

bị đánh lừa bởi một người cao hơn

Mọi người đều phải nỗ lực

nhích dần về phía trước theo từng giai đoạn

và cố gắng chạm vào bầu trời

Che giấu

Đại dương trông thật yên bình

Tuy nhiên, nó có thể đang che giấu những ngọn núi lửa;

Một số người tỏ ra bất an

mặc dù vậy, những quả bom đang nổ tung bên trong

Không có thước đo ở đó

cái đó có thể đo được

tàn phá nội bộ

Bane – Boon

Nếu cuộc sống phải phụ thuộc
về tiền lương, đó là một bi kịch
Tăng cường bằng tình cảm
chứ không phải bởi sự giàu có
sự thịnh vượng thực sự là

Phương sai

Trái tim bước trên lối đi bộ

trong khi bộ não du hành trên mây

Một là tuyệt vời

Cái kia thì tốt

Nhà ở - Vai trò của chúng

Ở nhà riêng lâu dài
người ta cảm thấy như đang đi đến trang trại
Nhưng không thể tiếp tục ở đó
muốn về đến nhà

Thơ đối với tôi là ngôi nhà của chính mình
trong khi dịch thuật là một ngôi nhà nông trại

Nhưng gần đây
họ đã trao đổi vai trò của mình

Sự khác biệt

Một con chim bay trên bầu trời không phải là điều tuyệt vời

vì nó có cánh

Một con diều bay trong bầu trời

cũng không tuyệt vời

bởi vì nó có một sợi dây kèm theo

Một pháo nổ bắn vào hàn

cũng không có gì đáng kinh ngạc

vì nó có thuốc súng bên trong

Một chiếc máy bay bay trên cao

cũng không phải là một phép lạ

vì nó làm được điều đó nhờ sức mạnh của nhiên liệu

Nhưng trí tưởng tượng của nhà thơ

chạm vào bầu trời quả thực là tuyệt vời

Bởi vì nó không được trợ giúp

trong việc đạt được kỳ tích

Vận may của bốn mươi cái nháy mắt

Cố gắng ngủ trên một tấm nệm mềm

trong phòng điều hòa, tôi đã không thành công.

Sự ghen tị là thứ tôi còn lại

khi tôi nhìn thấy những người nghèo

ngủ như khúc gỗ trên đất cứng

Kẻ hủy diệt vĩ đại

Không có gì tàn phá hơn cái lưỡi

Một câu duy nhất
có thể tàn phá nhiều trái tim
Một lời nói là đủ
gây ra biến động

Sự phân biệt khác nhau

Khi tôi thấy Ấn Độ đã vào Mỹ
Tôi rất hài lòng
Nhưng khi nhìn thấy nước Mỹ
đã xâm nhập vào Ấn Độ
Tôi cảm thấy u sầu

Một là dấu hiệu của sự can đảm của chúng ta
trong khi người kia
khiến nền văn hóa của chúng ta bị hủy diệt

Vận may hòa hợp

Giảm giá trị một danh từ
một tính từ khoe khoang:
"Sự tiến bộ của bạn chỉ nằm ở tôi"
Danh từ đi ngầm
đã không trở lại trong nhiều năm
Tính từ ngồi ủ rũ
và suy ngẫm:
"Chỉ với một danh từ tôi vinh quang
Chỉ với một danh từ, tôi có sự chính trực"

Sức mạnh của địa điểm

Tám cyphers đứng thành một hàng
ở bên trái của chữ số một
Người sau chế nhạo số không:
"Chỉ có trong tôi sự tồn tại của bạn.
Không có tôi, giá trị của bạn chẳng còn ý nghĩa gì nữa"
Các cypher đã thảo luận
và di chuyển sang phải từ trái
Hiện nay,
chữ số một không còn lại gì
ngoại trừ việc trở nên mặt dài

Kinh nghiệm – Hậu quả

Một bài báo đã được gửi đến một tạp chí
để thẩm định và công bố
Tạp chí không in nó
được giữ im lặng trong thời gian dài
Nếu bài viết vẫn thuộc về người tạo ra nó
nó sẽ nhận được sự chú ý hàng ngày
Mệt mỏi lâu ngày mà không được chăm sóc
nó đã trở lại sau nhiều tháng
Người tạo ra nó than thở
Tham dự nó mỗi ngày
Bài báo bắt đầu tỏa sáng rực rỡ
nhưng từ chối đi xem tạp chí mới

Lợi ích của việc già đi

Tôi, người không thể vượt qua bài kiểm tra mật khẩu

mơ về ngày xưa không có mật khẩu

Ngày xưa ấy

Đạt thì nhiều, thất bại thì ít

Sự chói sáng - Sự khinh thường

Một bìa sách dày
luôn nói chuyện chê bai
về một trang bên trong
Tuy nhiên, trang bên trong có thể chứa
vấn đề sâu sắc
Bìa sách lấp lánh
là những tia sáng hời hợt của kim tuyến

Tỏa sáng bề ngoài

Một chiếc vương miện cười nhạo đôi giày

Nhưng, coronet không được sử dụng nhiều trong thực tế

Giày rất hữu ích phải không?

sự nổi tiếng

Đúng là như vậy
xe buýt đó nhanh hơn người đi bộ
tàu hỏa hơn xe buýt, đơn giản hơn tàu hỏa
và tàu vũ trụ hơn là máy bay.
Nhưng đó chỉ là người đi bộ
ai có thể di chuyển mà không có
nhu cầu nhiên liệu ngay lập tức

Thắc mắc

Thơ sâu sắc không thể sinh ra
không có mưa phùn trong tim
Bộ ngực phồng rộp không thể bị ướt
với những lời nói không ẩm ướt

Facebook – Một cái móc thực sự

Một lần bị lỗi của Facebook cắn,

não của bạn sẽ bắt đầu bị bệnh.

Sẽ không được nghỉ ngơi dù chỉ một ngày,

sự bình yên trong tâm hồn sẽ luôn ở trong tầm tay.

Bắn súng thẳng

Có người tức giận kể lại
tức giận thực sự là rất xấu!
Những người tội nghiệp, họ bị mù
trước sự khiếm khuyết của họ, thật đáng buồn.

Điểm

Một số người không có thì không thể

nhập (đầu tư hàng nghìn rupee) vào

                             việc kinh

doanh.

Một số người khác có thể đầu tư hàng ngàn
đô la

nhưng không thể lấy lại được dù hàng trăm

Sự cường điệu – Fallout

Tôi tự coi mình là một nhà thơ lớn,
khiến người khác cũng nói như vậy.
Bốn mươi năm sau,
tên tôi dần chìm vào quên lãng;
của người khác đã viết
tốt hơn nhưng vẫn bình tĩnh
tỏa sáng rực rỡ.

Từ ngữ – Giá trị

Tôi sàng lọc một bát chữ,
chọn một số ít từ họ
vì viết một bài thơ
Bài thơ đã kết thúc một cách tuyệt vời
Tôi chưa vứt đi
những từ còn lại.
Họ rất phù hợp trong một bài thơ
mà tôi đã viết vào ngày hôm sau!

Không từ nào có thể bỏ được
có lẽ là mãi mãi!

Thơ – Nhà thơ

Thơ là một lễ hội
của những phản ánh quyến rũ
Một nhà thơ tiến hành chiến tranh
chống lại những ý tưởng khó chịu
Vì vậy, anh ấy
tượng trưng cho vẻ đẹp
trong mọi dịp

Bài thơ sớm

Một tư tưởng thơ nên cứ lớn dần
như bào thai trong bụng cây bút.
Chỉ khi đã trưởng thành hoàn toàn
nó sẽ được sinh ra.
Trẻ sinh non đủ tháng
sinh non và thường yếu

Người keo kiệt

Tôi thích nhất là nhà thơ keo kiệt ấy;

tôi cũng có chút ghen tị.

Anh ta nhận được nhiều lợi ích hơn bằng cách chi tiêu ít hơn

Trong khi tôi chi tiêu nhiều hơn và kiếm được ít hơn

Tại sao chúng ta nên chi tiêu nhiều hơn?

Ý tôi là những từ đó.

Vòng tròn

Nhìn thấy hai tuần
của ánh sáng và bóng tối,
chúng ta nên nhấn nút
cuộc sống ca rô đến trái tim.
Tuyết trên dãy Himalaya
tích lũy vào mùa đông
và tan chảy vào mùa hè

xâm lấn

Lấn chiếm bức tường,
một chính trị gia cứng rắn
đuổi một con mèo.
Chú mèo cảm thấy ngượng ngùng

Nỗi đau nặng nề

Thật khó để diễn tả nỗi đau
   Của những đám mây không mưa.
   Những người mưa là may mắn;
   Giảm bớt gánh nặng cho người khác
   Không dễ dàng như chúng ta tưởng tượng.

đống cỏ khô

Tôi mệt rồi
Với việc tìm kiếm một cây kim
Trong đống cỏ khô này.

Những hình ảnh phản cảm đến đáng sợ
Những đoạn dây ngắn giống như những sợi dây đơn,
Dừa khô thiếu nước bên trong –
Tất cả đã tích lũy trong đống cỏ khô này
Làm cho việc tìm kiếm trở nên khó khăn

Tuy nhiên, tôi không cảm thấy muốn dừng lại.
Một niềm hy vọng mong manh rằng chiếc kim
Có thể được tìm thấy còn sót lại xung quanh!

***

Thời đại xiềng xích

Bàn tay vô hình ràng buộc
bản năng bên trong với một dây buộc
tâm trí rất băn khoăn.

Xiềng xích lựa chọn chủ đề cho các nhà thơ,
xiềng xích của đức tin dành cho những nhà tư tưởng có tinh thần,
những sự cố chấp dành cho những người đàn ông trưởng thành…

Tôi phải phá bỏ xiềng xích của mình

Khi nào thời điểm tốt đẹp sẽ đến?
Khi nào con người được thoát khỏi xiềng xích?

***

Mệt mỏi

Tôi, hành trình dưới nắng nóng
vào một buổi trưa ngoài thị trấn...

Ở đó có những cây cao to,
   nhưng chúng có thể cung cấp bao nhiêu
bóng râm?
   Trong khi tôi đang thở hổn hển, toát mồ hôi,
   một cây xoài nhỏ mời tôi triù mến.

   Một người an ủi nào đó luôn ở đó trên thế
giới này

   Nghỉ ngơi trong bóng mát,
   Tôi nhìn những cái cây đang chập chững biết
đi.

***

Sự quyến rũ bên ngoài

Xung quanh có tường xây bằng đá,
một cái giếng đang thu hút người xem.

Sàn xi măng mịn, cây xanh đẹp
tô điểm xung quanh nó.
Ròng rọc duyên dáng của nó đang gây ngây ngất

Mọi người đang đến rất đông
để xem cái giếng nổi tiếng.

Nhưng giếng đã cạn từ lâu rồi!
***

Sự khác biệt

Những người khác nhau có
Những thước đo khác nhau
Ngay cả điểm chuẩn của một người
có thể thay đổi theo thời gian.
Phá vỡ bí ẩn
thước đo là một thách thức lớn.

Sự thật mới

Bắt một con chuột
đào một ngọn đồi không phải là điên rồ
khi con chuột bắt được
là đặc biệt, mặc dù nhỏ bé.

Khuyết điểm

Tôi đã sử dụng những từ đã biết một phần
Trong bài thơ của tôi.
Tôi không biết đầy đủ bản chất của họ.
Vì thế,
Bài thơ thiếu cảm xúc

Rắc rối

Phân biệt đối xử là một con rắn,
tùy ý một con ếch.
Con ếch đang tức giận
nếu con rắn được yêu cầu cắn.
Con rắn đang nổi giận
nếu được yêu cầu từ bỏ!

***

Sự thờ ơ – After Effect

Sự thờ ơ của Dhritarashtra
Trước Draupadi đang than khóc
Là hạt giống cháy rừng,
Điều đó sẽ đốt cháy Kauravas.

Nguồn gốc của sự quyến rũ

Sự kỳ cục không biến mất
nếu chiếc gương bị trục xuất.
Vẻ đẹp không nảy mầm
trong đất không có hạt giống của cái đẹp
ngay cả khi được tưới nước.

Sự tỏa sáng bên ngoài

Ngồi trên đầu,
một vương miện nhìn vào một vòng chân
và cười khúc khích.
Xấu hổ, người sau bước ra ngoài
phát ra những nốt nhạc tuyệt vời.

Vương miện nhảy múa một cách quỷ dị,
trân trọng sự xúc phạm của vòng chân.
Nhưng không có âm nhạc cũng như vẻ đẹp
tồn tại trong sự kiêu hãnh của nó.

***

Giới thiệu về tác giả

Elanaaga

Elanaaga là một bút danh. Tên thật của tác giả là Tiến sĩ Surendra Nagaraju. Anh ấy là một bác sĩ nhi khoa, nhưng bây giờ anh ấy hoàn toàn đam mê viết lách, dịch thuật và phê bình, v.v. Cho đến nay ông đã viết được 33 cuốn sách. Mười lăm trong số đó là tác phẩm gốc (chủ yếu bằng tiếng Telugu), trong khi 18 là bản dịch. Trong số sau, 8 từ từ tiếng Anh sang tiếng Telugu và 10 từ ngược lại. Ngoài thơ và dịch thuật, ông còn viết sách về sự chuẩn mực ngôn ngữ, âm nhạc cổ điển, v.v. Ông đã thể hiện những câu chuyện của Mỹ Latinh, những câu chuyện của Châu Phi, những câu chuyện của Somerset Maugham, những câu chuyện thế giới, v.v.